எழுதுகோல் அழுதவை..!

லியோ

ISBN 979-888606296-0

பொருளடக்கம்

பொருளடக்கம்

பொருளடக்கம்

<h1 style="text-align:center">அணிந்துரை</h1>

கவிதை என்பது மனத்தைக் கனக்க வைக்கிற கண்ணின் ஈரத்தில் கனலேற்றுகிற உயிர்த்துடிப்பு. இது உணர்வுப்பூர்வமானது; உணர்ச்சியைத் தூண்டக் கூடியது. கவிதை காலத்தின் அடையாளம் - விளைச்சல்.

கவிஞர் **லியோ** எழுதிய 'எழுதுகோல் அழுதவை' என்ற கவிதைத் தொகுப்பும் காலத்தின் அடையாளம் - விளைச்சல். கவிஞரின் கருத்தும் மொழியும் சங்கமித்துக் கவிதை நீராகவும், நெருப்பாகவும். தென்றலாகவும், புயலாகவும் இணைந்து வந்துள்ளது. சில கவிதைகள் மௌனமாகவும் அழகாகவும் அமைந்துள்ளன. கவிஞர் தான் நினைத்ததைச் சில கவிதைகளில் நேரடியாகச் சொல்கிறார். பல கவிதைகளில் உணர்த்துகிறார்.

லியோ தமது கவிதைகளில் இச்சமூகம் அவரிடம் ஏற்படுத்திய பிரச்சனைகளை, உணர்ச்சிகளை, வெறுப்புகளை, வியப்புகளை மிக நேர்த்தியாக வரலாறாக ஆக்க முயல்கிறார். இதற்குச் சான்றாக முன்னாள் குடியரசுத்தலைவர் ஆ.பெ.ஜெ. அப்துல் கலாம் மறைவுக்கு இவர் எழுதியுள்ள கவியஞ்சலியைச் சொல்லலாம்.

"தேசம் விரும்பும் தேவனே..!
வாசம் துறந்த பூவனே..!
கலாமே!
நீர் காலமாகவில்லை...
காகிதமானீர்...
வரைந்திடுவோம் நல்ல ஓவியம்...

வானுயர படைப்போம் காவியம்...

அப்துல் கலாம் போன்றோரின் மாபெரும் தியாகத்தால்-தான் நாடு வல்லமையும், வளமும் பெற்றிருக்கிறது. "என் கவியும் உயிர்பெறும்.... என் கனாவும் உருபெறும்' என்ற வரியில் இவரது சொல் தேர்வு கவிதையாய்ப் பளிச்சிடுகின்-றது.

இதே வரிசையில், ஆசானுக்கு ஒரு அமைதிக் கவி கூற 'காலன் தரித்த கர்ப்பமும்'. காமராசருக்கு "கல்லா ஞானி-யும்", பாட்டுக்கொரு புலவனுக்கு 'பாரதியின் பரிசும்' கவித்-துவம் பெறுகிறது.

2015-ல் நடந்த சென்னை வெள்ளத்தின் கொடூரம் பற்றி எழுதப்பட்டுள்ள இவரது கவிதையில் ஒரே வரி போதும் அந்தக் கவிதையின் ஓட்டு மொத்தமான கணத்தையும் புரி-வதற்கு.

"மௌனம் கொள் மாமழையே..!
மாநிலத்தின் நிலையோ கையறுநிலையே...!

என்று நெஞ்சு பதைபதைக்கச் சொல்லியிருப்பது கவிதை படிப்போரை உருக்கிவிடும். இதே பதைபதைப்பை 2018-ல் படுகொலை செய்யப்பட்ட ஆஷிபா மழலைக்காக இவர் எழுதிய கவிதை வரிகளிலும், 'நீட்' தேர்வால் நடக்கும் கொடுமைகளை "அக்னியில் சிக்குண்ட குஞ்சு" என்று எழு-திய 'அக்னியில் சிறகு' என்ற கவிதையிலும் காண முடிகி-றது.

இப்படியாக சமூகங்களில் நடைபெறும் அவலங்களுக்-காக உடனே பேனா பிடித்து எழுதுவது என்பது சாதாரண-மானதல்ல. இயல்பிலேயே மனிதநேயமிக்க ஒரு மனிதனால்-தான் இது போன்ற அவலங்களுக்காக அழவும் எழுதவும்

முடியும். அந்த வகையில் கவிஞர் சமூக நேயமிக்க மனித-
ராய் பல கவிதைகளில் மிளிர்கிறார்.

"கானகம்" பற்றி இவர் எழுதியுள்ள கவிதை உயிரினத்-
திற்கு வனம் தேவை என்பதைக் காட்டி நம்மை மிரட்டுகி-
றது.

சத்து பூமி
வெத்து பூமியாகும்...
மொத்த பூமியும் ஓர்நாள்
செத்த பூமியாகும்...

வனம் இன்றிப் போனால் – உயிர்
இனம் இன்றிப் போகும்"

மனித வாழ்வுக்கு வனம் தேவை என்ற தத்துவத்தைச்
சொல்லும் இந்தக் கவிதை அண்மையில் வெளிவந்த கவி-
தைகளிலேயே மிக அரிதானது.

மதங்கள் குறித்து எழுதப்பட்ட கவிதை வரிகள் மிகவும்
துணிச்சலானது.

"மதங்கள் உந்தன்
மனிதம் மறைத்தால் அந்த
மயிரே தேவை இல்லை...!
மாண்டு போகட்டும்..!
"அம்மையப்பன் நம்புவோரே
அம்மையும் அப்பனும்
அடுத்தவர்க்குமுண்டு அறியீரோ?
மறைபொருள் தேடுங்கள் – தவறில்லை
மதங்களிலல்ல மனங்களில்..!"

என்று நீளும் இக்கவிதை சமூகத்தின் மீது இவர் கொண்டுள்ள பற்றுக்கு மிகப்பெரிய சான்று.

"பருவத்தே பயிர் செய்" என்ற தலைப்பில் பருவத்தே செய்ய வேண்டுவனவற்றை எப்படிச் செய்ய வேண்டும் என்பதை அறுதியிட்டுக் காட்டுவது "அறிவிப்புப் பலகை போல்' செதுக்கப்பட்டுள்ளது என்றே சொல்லத் தோன்றுகின்றது. ஒவ்வொன்றையும் மிக நேர்த்தியாகச் சொல்லியிருக்கும் 'பருவத்தே பயிர் செய்' கவிதை இவரின் கவிதைகளிலேயே மிகவும் பாராட்டுதலுக்குரியது.

'இயலாமையில் ஓர் காதலன்' கற்பனைக்கு அளவில்லை எனும் அளவுக்குக் கவிதை வரிகள் மின்னுவதைக் காண முடியும்.

'அனலாய் தேவதை அருகிட துணிவில்லை
புனலாய் நான்மாறி தழுவிட வழியில்லை
மணல்மேல் நீரெனில் நதியென்றே பெயரிடுவார்
மறைந்துள்ள ஊற்றிலும் நீருண்டு யாரறிவார்'

என்றவாறு கற்பனையில் அவர் விளையாடுவது கவிதையின் அழகுக்கு அழகு கூட்டுகின்றது.

கவிஞர் லியோ எனதன்பு மாணவர் என்று கூறிக் கொள்வதில் பெருமை கொள்கிறேன். லியோ தனது இளமைக்காலந்தொட்டே கவி புனைவதில் ஆர்வமும், ஆற்றலும் கொண்டவர். மாணவப் பருவத்தில் தன் கண்முன்னே நடக்கும் அவலங்களை கவிதைகளாக வடித்து என்னிடம் காட்டும்போது வருங்காலத்தில் வரமான வளமான கவிஞன் ஒருவன் கிடைத்துவிட்டான் என்று நான் நினைத்த காலத்தை இன்று திரும்பிப் பார்க்கிறேன். இன்று ஒரு முனைவர் பட்ட ஆய்வாளராய் அவ்வப்போது தான் எழுதிய

கவிதைகளை 'எழுதுகோல் அழுதவை' எனும் தலைப்பில் ஒரு தொகுப்பு நூலாக வெளியிடுவது கண்டு உண்மையி-லேயே பெருமை கொள்கிறேன்.

எழுத்துக்கு எல்லையில்லை எழுதிக் கொண்டே இருங்-கள். காலம் உங்களை தன் நினைவில் நிறுத்தும், வரலாறு உங்களை வாழ்த்தும். தொடர்ந்து இயங்கிக் கொண்டே இருங்கள். உங்கள் சிந்தனைகள் இன்னும் விரியட்டும். தமிழ் கூறும் நல்லுலகம் உங்கள் எழுத்துகளை ஏற்றுப் போற்றிடும் என்று சொல்லி வாழ்த்துகின்றேன்!!

வாழ்க வளமுடன்!!

என்றும் வாழ்த்துகளுடன்

முனைவர் க. முத்துக்குமார்
முதல்வர்
கிருஷ்ணா பன்னாட்டுப் பள்ளி
தேவிபட்டினம்
இராமநாதபுரம் -623 514.

முன்னுரை

நான் லியோ. கடலூர் மாவட்டம் பாளையங்கோட்டை ஊராட்சி வாக்காளன். முதுநிலை தொழில்நுட்பவியல் (M.Tech) பட்டதாரி. சுற்றுச்சூழல் உயிர்த்தொழில்நுட்பவியல் துறையில் முனைவர் பட்டம் நோக்கி நகரும் நத்தை. தமிழ் அடர்வனத்தில் துளிராக விரும்பும் விதை.

'எழுதுகோல் அழுதவை' என்னும் கவிதை தொகுப்பு 2014-18 காலகட்டங்களில் என்னைக் கடந்து சென்ற நிகழ்வுகள் மற்றும் உணர்வுகளின் தாக்கங்களினால் விளைந்த கவிதைகளின் கதம்பம். காலச்சுவடுகளாகவும் இவை கருதப்படலாம்.

இத்தொகுப்பு அழுகை சுவை எனும் ஒற்றை இழை கொண்டு நெய்யப்பட்டதல்ல. ஒன்பான்சுவைகளும் இடையிடையே இழையோடும் வண்ணம் தொகுக்கப்பட்டுள்ளது.

நிகண்டுகளிலிருந்தும், பழந்தமிழ்ப் பாடல்களிலிருந்தும் நான் கற்ற, பேச்சுவழக்கில் இல்லாத சில சொற்கள், ஆங்காங்கே இந்த கவித்தொகுப்பில் பயன்படுத்தப்பட்டுள்ளன. அத்தகைய சொற்களும் அவற்றின் பொருளும் வாசகர்களின் புரிதலுக்காக நூலின் பிற்பகுதியில் கவிதை வரிசைகளில் பட்டியலிடப்பட்டுள்ளன.

இந்த நூல் எனது முதல் நூல். அனுபவமின்மையின் ஆதாரங்கள் ஆங்காங்கே வெளிப்படலாம். வாசகர்கள் பொறுத்தருள்க. இந்நூலின் கருத்துக்கள் என் குறுமதியின் படைப்புகள். இவை யாவும் விமர்சனங்களுக்கு உட்பட்டவையே.

வாசகர்களின் விமர்சனங்களே அறிவின் முதிர்ச்சியினையும், எழுத்தின் தெளிவினையும் வளர்க்கும் வான்மழைத்துளிகள் என நம்புகிறேன்.

'**எழுதுகோல் அழுதவை**' எனும் என் முதல் கவிதை தொகுப்பினை தமிழ் வாசகர்களின் விருந்து இலையில் ஓரத்தில் பரிமாறுகிறேன் ஊறுகாயாக.

விமர்சனங்களை எதிர்நோக்கி ...

அன்புடன்

1. காதலன் ஆத்திச்சூடி

அமுத இதழாளே..!
ஆழ்கரு குழலாளே..!
இரை தேடுதடி இதழும்...
ஈகைக்கும் இசையுமடி..!
உயிர் பிழிந்து பருகாதே...
ஊடல் கொண்டு வருத்தாதே...
என்பும் கருகுதடி...
ஏக்கம் உருக்குதடி..!
ஐ திரண்ட கண்மணியே..!
ஒளி கொண்ட மின்மினியே..!
ஓய்க்குதடி நினைவின் பிணியே..!
ஔடதம் நீ.! தேன்கனியே..!

2. கவிதை..!

மொழியின் திரியில்
மிளிர்ந்திடும் தீபம்...
சுழியும் சதமாகும்
சுந்தர சாபம்...

விழியின் விழைவில்
விரலின் பொழிவு...
இதயமும் இயற்கையும்
இணைந்திடும் கலவி...
உதயமும் சயனமும்
உலவிடும் விரவி...

சரித்திர இசை
ஒலித்திடும் சுரம்...
தரித்திர இயலாமை
கருக்கிடும் வரம்...
உதிர்ந்த பின்னும்
உறையமறுக்கும் உதிரம்...

துள்ளிய உவகை
துளிர்த்திடும் அழுகை
மெல்லிய காதல்
மேன்மையின் ஓதல்
கிள்ளிய நிகழ்வு
கிளர்ந்தெழும் உணர்வு
சொல்லிடும் பதிவு
சொர்க்கத்தின் நுழைவு..!

3. தொக்கி நிற்கும் தோழமை..!

துளையான மேனி வளையாகுதே...
கலையான கிள்ளை உறவாகுதே...
தஞ்சமான கிளியும் தியாகி தருவும் தோழனாய்...

கடுங்கதிரோன் கொடுங்கோலனாய் கொந்தளிக்க
நடுங்கிய நெடுந்தருவும் கண்ணீர் தானுதிர்க்க
கலனாய் சேமித்து உணவாய் தரூஉம் கனவானாய் பூமி
காலம் கழிந்து வான்மாரி பொழிகையில்
களித்த பூமாரி கவின் பார் மீது-நன்றியாய்..
ஏமாற்றா தருவும் எதிர்பாரா புவியும் நண்பனாய்..!

கிளியும் புவியும் தோழனே...

தன்னலமில்லா தருவாலே..!
முறையான தோழமை பகைவனையும் பங்காளியாக்கும்...

மரம் மான மனிதன் மாறின்
வரம் வாங்க தவம் இல்லை..!
மனிதம் இங்கே மழையாகும்..!
மன்பதை யாவும் மழலையாகும்..!

எண்ணிக்கை இதுவென்று
ஏதொன்றும் தடையில்லை - தோழமைக்கு
வண்ணங்கள் இதுதானென்று
வரையறை இங்கில்லை..!

தாயின் தவிப்பு தமையன் பாசம்
தகப்பன் தழுவல் தமக்கை தியாகம்
தம்பியின் சேட்டை தங்கையின் சினுங்கல்
பாட்டன் முனகல் மாமனின் மிரட்டல்
பாட்டியின் பதறல் அத்தையின் அதட்டல்

தொகுத்த யாவினும் தொக்கி நிற்பது
வகுத்த இலக்கணமில்லா வாய்மொழி காவியம் - நட்பு
காதலின் கனிச்சுவை யாதென்று யாமறியேன்..!
தோழமையின் தேன்சுவை தெவிட்டாமல் நானறிவேன்..!

பாலினம் கண்டது காதல்..!
பாலினம் கடந்தது நட்பு..!

4. கானகம் காப்போம்..!

அடர்தருக்கள் அசையாகி
உலர்சருகோ தளையானால்
அடவிதானே கவிதை...!

பொதுவுடைமை கொள்கைதனை
புறந்தள்ளிய புண்ணியவான்கள்,
பொதும்பை பெயர்த்தெடுக்க
பொதுகொள்கை கொண்டார்களோ..?

பகுத்தறிவு இனங்களாய்
பகட்டாய் கொக்கரிப்போர்
பறித்த புறவினால்
பார் பாழும் அறிவீரோ..?

கானகம் கானலானால்..,
மாதம் மும்மாரி
சொன்ன நிலைமாறி
என்று வரும் மாரி
என்றாகும் சேதி...
ஏக்கம் எஞ்சும் மீதி...

மீறி வந்த மாரியோ
ஊறி கிடந்த தாதுவை
வாரி செல்லும் பரவைக்கு
வளநிலத்தினின்று வடிநீராய்...

சத்து பூமி
வெத்து பூமியாகும்...
மொத்த பூமியும் ஓர்நாள்
செத்த பூமியாகும்...

"வனம் இன்றி போனால்- உயிர்
இனம் இன்றி போகும்..!"

5. பூவும் கூவும்..!

சேற்றோடு சிறைபட்ட பூவின் வாசம்...
காற்றோடு கரைந்திங்கு கவியும் பேசும்...
தேற்றமாய் தூண்டில் தேனீக்கும் வீசும்...
"தாண்டி வா நின் தேசம்...
தீண்ட வா என் தேகம்...
மடல்வாசம் ஈர்ப்பில் வா...
மணாளா! மகரந்தம் ஈந்து போ..!"

6. கற்பனைகள்

கற்பனைகள்,
விற்பனையில் இல்லா கஞ்சா வகைகள்..!
வறட்சி அறியா வயல் நிலங்கள்..!
உயிரை பருகும் ஓடதங்கள்..!

7. நீதான்... நீர்தான்..!

புனலே எழிலே
புவியோன் துணையே..!
மலரின் உயிரில்
மதுவாய் நீதான்..!

கயலின் களியின்
காரணம் நீதான்..!
மணலின் உள்ளே
உயிரும் நீதான்..!

வயலின் வாழ்வின்
வசந்தம் நீதான்..!
புயலின் பின்னே
புதிரும் நீதான்..!

முகிலின் கருவில்
மழலை நீதான்..!
அகிலம் தேடும்
அழகி நீதான்..!

இரவில் உறங்கா
இரைகடல் நீதான்..!
கருவில் உயிரின்
கவசம் நீதான்..!

காதலர் விழியின்
கவிதை நீதான்..!
பாலகர் பருகும்
பாலது நீதான்..!

நீதான் நீதான்
நித்தம் நிலவில்
நீசர் தேடும்
நீரது நீதான்..!

நாடுகள் தேடும்
சீதையே நீர்தான்
நாடக உலகில்
ராமனும் யார்தான்..?

8. தூது வந்த காற்று..!

சாளரம் தாண்டிய
சந்தன காற்றும்
சாமரம் தீண்டியே
சங்கதி சொல்லும்..!

"பூமரக் கொம்பில்
புலம்புது மலர்கள்
பாமரன் விரல் தாங்கி
பாவையின் குழல் தூங்க..!"

விரிக்கிறேன் விழியை..!
விளிக்கிறேன் வளியை..!
'பாவை எவளோ..?
பௌர்ணமி நகலோ..?'

கந்தவாகன் கலங்கினான்..!
கவிதையில் விளக்கினான்..!

"அகவெழில் மங்கை
அகவிடும் மஞ்சளு..!
முகிலனும் சுருகுவான்
மழையென உருகுவான்.."

சாந்தமாய் நடித்தேன்
சந்தமாய் வடித்தேன்..!

9. பருவத்தே பயிர் செய்

பருவமில்லா பொழுதினிலே
பனம்பழம்தான் கிடைத்திடுமோ..?
வருடம்முழுதும் வீதியில்
வான்மழையும் பொழிந்திடுமோ..?
இயற்கையில் பருவம்
இயல்பாய் இருக்கும்..!
இயல்பினைக் குலைத்தால்
குரல்வளை இறுக்கும்..!
செயல்வீரன் ஆயினும்
பருவம் அறியேல்
புயல்காற்றிடை சிக்கிய

பொறியென மறைவான்..!
குழந்தையின் குறும்புதான்
இளமையில் உலவிடுமோ..?
இளைஞனின் வேகம்தான்
முதுமையில் புலப்படுமோ..?
பருவத்தின் பல்சுவையை
தெருவில்தேடி பலனில்லை..!
கடக்கையில் ருசித்திடேல்
காலத்திற்கு மதிப்பில்லை...!
கூன்முதுகு கிழவியிடம்
குறும்புக்காரன் கேட்டான்..!
"குனிந்து தேடுவது
எதைதான்..?" என்று...
குறுநகை விரவ
கூறினாள் கிழவி...
"தொலைத்து விட்ட என்
இளமையை" என்று..!
இருட்டிலே தொலைத்த
இரும்பினைப் போல
இளமையைத் தொலைத்து
முதுமையில் முனகல்
பருவத்தே பயிர்
செய்யாததன் விளைவு..!
வெள்ளாடை வேந்தரின்
விரிந்த நல்மனமும்
திரிந்த கொள்கையும்
தேர்தலில் உலவல்

பருவத்தே செய்யும்
பயிரின் மாதிரி..!
வற்றிய குளத்திலும்
வெள்ளம் வந்திடும்..!
தொற்றிடும் தீவிரம்
தேர்தலின் பொழுது
வளமான மீன்களை
வசமாக்கி விடவே
பருவத்தே செய்த
பயிர்தான் அவை..!

10. பொங்கலோ பொங்கல்..!

பாரினில் பஞ்சம்
பகலவனே பணிகிறேன்
பரிந்திடு கொஞ்சம்...

பார் உலகு பொலிவில்லை
ஏர் உழவு செழிப்பில்லை
கார் முகிலன் கனிவில்லை

மார்த்தட்ட மனமில்லை
போர்க் களமே பரவாயில்லை

"அறுவடை செய்தேன்
ஆண்டவா உன்"
அன்பின் படையல்- அளித்தோன்
அவனியின் தலைவன்
அறுசுவை உணவில்
ஐஞ்சுவை கண்டாயோ..?
ஆறாம் சுவை அடைய
அரசியல் தந்தாயோ..?

உலையேறிய கலமாகட்டும்
உழவன் நெஞ்சம்...
உயர்ந்து வழியட்டும்
உவகைப்பால் கொஞ்சம்...
கருகும் விறகாகட்டும்
கயவர் வஞ்சம்...
சருகும் வித்தாகட்டும்
சாம்பலும் சத்தாகட்டும்...

அருகி வரும் ஆனந்தம்
அருகில் வருமெனும் பேரவாவில்
அடியேன் ஆராவாரிக்கிறேன்
"பொங்கலோ பொங்கல்...!"

11. காலன் தரித்த கர்ப்பம்

(கவிஞர் நா.முத்துக்குமார்)

பரமனுக்கும் பலநாள் பசிபோல-உன்
பா அமுதை ருசி பார்க்க...!
கடவுளனுக்கு உனை தந்திட
காலன் தரித்த கர்ப்பம்-உன் மரணம்..!

பேனா சொட்டிய மைத்துளி யாவும்
தானாய் வெடிக்கும் தனிக்கவியாய்..!
ஆனந்த யாழை இசைத்தோனே
அமைதியில் இளைப்பாறுக ஆசானே..!

12. இயலாமையில் ஒர் காதலன்..!

விழியால் பிழிந்து உயிரை குழைத்தாய்..!
மழையின் நடுவே மகிழ்வாய் வரைந்தாய்..!
வானவில் நானே வண்ணம் சுமக்கிறேனே..!
கனாவில் தானே கோட்டை அமைக்கிறேனே..!

அனலாய் தேவதை அருகிட துணிவில்லை
புனலாய் நான்மாறி தழுவிட வழியில்லை..!
மணல்மேலே நீரெனில் நதியென்றே பெயரிடுவார்..!
மறைந்துள்ள ஊற்றிலும் நீருண்டு யாரறிவார்..!

நினைவில் நீயென்றால் கண்ணும் குளமாகும்
நீச்சல் அறியா குழந்தை விழியாகும்..!
பீறிடும் வார்த்தைகள் சீறிடும் முன்னே
வீரிய பார்வையில் கூறிடு பெண்ணே..!

முறிவே முடிவென்றால் பேரிடர் தாக்குமே..!
மணமே மகிழ்வென்றால் மகிழம் தோற்குமே..!

13. சிக்கு கோலம்

சிக்கிய புள்ளியும்
சொக்கிட சொல்லும்...
சிக்கலின் வனப்பும்
சிற்பமாய் மினுக்கும்..!

பொறுமையின் அருமை..!
முழுமையின் பெருமை..!
திறமையின் புதுமை..!
பரப்பிடும் இப்பதுமை..!

கைகள் இடும் கோலம்..!
காலம் போடும் கோலம்..!
ஞாலம் தேடும் ஜாலம்..!
இயல்பிலே ஒன்று யாவும்...

துவக்கம் குழப்பும்..,
தொடர்ச்சி கலக்கும்...
சாந்தமாய் தொடர்ந்தால்
அந்தமோ அதிசயமாய்..!

14. கல்லா ஞானி

வெள்ளை கந்தை- வேடம்
மறந்த விந்தை..!
அணையும் ஆலையும் - கல்வி
ஆரம்ப சாலையும்
சத்துணவு உலையும் - கீர்த்தி
சத்தமிட்டு அலையும்..!
"கருத்த மேனி - இவன்
கல்லா ஞானி..!
கல்வி ஈந்த ஈசன் - இவன்
காமனுக்கும் ராசன்" என்றே..!

15. புதுக்கவிதை - பாரதியின் பரிசு

மரபிழந்த தமிழர்தம்
மாண்புயர மனங்கொண்டு
மரபுக்கவியும் மாரீசனாய்
மாற்றுருதான் கொண்டு
குரவுகமழ் புதுக்கவியென
குவலயம் வந்ததே..!
கரந்தை மலரன்ன
கலந்த வண்ணம்
விரவிடும் வளிபோல்
விசித்திர கவி மேல்..!
புறவின் செறிவும்
பூவின் கவினும்
அரவின் நஞ்சும்
அபலையின் நெஞ்சும்
திறனின் தாகமும்
தவிப்பின் வேகமும்
பரவியே வீறிடும்
பாரதியின் பரிசிடம்..!

16. பாலறியா தோழமை

பூவிதழ் தவழும்
பனித்துளி காண்..!
மலரோ பனியோ
மாசுறா தான்..!
புனிதமா நட்பினில்
பூவது நான்..!
புதினமாய் எழுதிடும்
அனிலமும் தான்.!

இமையின் அசைவிலே
இசை மழையே..!
இச்சைக்கு இங்கே
இடமில்லையே ..!
வசைச் சொல்கூட
வலுவில்லையே..!
திசையாவும் நட்பின்
தீந்தேன் மழையே..!

17. அருவுருக்கு திருவுரு

இரையிலும் இன்பதிலுமே
இறைதேட பலரிருக்க
பிறையிலும் பேழையிலும்
மறைபொருளைப் புதைப்பதேனோ..?
அருவுரு இறைவனுக்கேனோ
திருவுரு சிலையயிங்கே..!

கருஆலம் திறக்கிறான் பலர்
துறந்தவன் என பெயர் தாங்கி..!
தருவழித்தும் கருவழித்துமே
தெருவெல்லாம் கருவறைகள்..!
குருவெல்லாம் கோமானாய்..!
குடியோனிங்கே கோமாளியாய்..!

அம்மையப்பன் நம்புவோரே..,
அம்மையும் அப்பனும்
அடுத்தவர்க்குமுண்டு அறியீரோ..?
மறைபொருள் தேடுங்கள் - தவறில்லை
மதங்களிலல்ல மனங்களில்..!
வனங்களிலல்ல வாழ்க்கையில்..!

18. மௌனம் கொள் மாமழையே..!

(2015 சென்னை வெள்ளம்)

மௌனம் கொள் மாமழையே..!
மாநிலத்தின் நிலையோ கையறுநிலையே...!

மாமழை போற்றிய மன்னவர் தேசம்
மரமந்தி கையிலே மலர்மாலை போலே ...

மௌனம் கொள் மாமழையே...

மாநிலத்தின் நிலையோ கையறுநிலையே..!

ஜனனம் ஈந்து சஞ்சரித்த நீ
சலனம் கொண்டதேனோ ..?
மரணம் தந்தது போதும்
சயனம் கொள் சத்தமின்றி...

மௌனம் கொள் மாமழையே..!
மாநிலத்தின் நிலையோ கையறுநிலையே..!

பகவான் நீ பாருக்கே
பகைவன் வேடம் வேண்டாமே..!
பகலவனை அனுப்பு
பார்த்துக்கொள்கிறோம் பத்து நாளுக்காவது..!

மௌனம் கொள் மாமழையே...
மாநிலத்தின் நிலையோ கையறுநிலையே..!

19. தனிமை

தவழ்ந்து வீசும் தென்றலிலே
தருக்களெல்லாம் தலையசைத்து அகமகிழ
தவிப்புற்று நிற்கிறேன் தனிமையிலே..!

எங்கும் மணம் பரப்பும்
எழில் மலர்கள் கூட
ஏளனமாக நகைக்கிறது
என் நிலை கண்டு...

வெயிலில் நடக்கிறேன்,
நிழல் எந்தன் எதிரியாகி வெறுக்கிறது...
இருளில் நுழைகிறேன்,
என் நிழல் கூட ஏமாற்றி மறைகிறது...

எங்கும் அளவளாவும் காற்று கூட
என் கண்ணீர்த் துளிகளைக்
காய வைக்க மறுக்கிறது..!

தூறல் மன்னன் முகிலும்
துணைக்கு வர மனமின்றி
துறவியானான்..!

20. அண்டாவை காணவில்லை..!

(எமது தேசத்தின் அரசியல்வாதிகள் உதிர்த்த பொன்மொழிகளின்
தாக்கத்தினால் உருவானது)

எந்லைத தேசம் காணுவீர்..!
விந்தையின் வாசம்..! நாணுவீர்..!

பகலவனுக்கு பல்லில்லையாம்
பலகாரம் படைத்திடுவார்..!
பகவானுக்கு பசிவந்ததால்
பிணக்கூட்டம் பெருகியதாம்..!

எந்தை தேசம் காணுவீர்..!
விந்தையின் வாசம்..! நாணுவீர்..!

கொள்ளைநோய் கொடைத்தர
கொசுப்படை பஸ்ஏறும்..!
காதற்கொண்ட கலாபம்
கண்ணீராலே கலவியுறும் ..!

எந்தை தேசம் காணுவீர்..!
விந்தையின் வாசம்..! நாணுவீர்..!

காலநிலை மாறவில்லையாம்
கற்பனையே மெய்நிலையாம்..!
கலவரமே மாயவலையாம்
அண்டாவையே காணவில்லையாம்..!

21. காதற்கிலியில் ஓர் காதலி..!

<u>*(காதற்கிலி- Philophobia)*</u>

அருகே வா வா ஆன்ம தோழா..!
அபலை நெஞ்சின் அன்பும் பாழா..?

காதல் வலியில் வேகுற நானே...
காதற்கிலியில் சாகிற மீனே..!
காக்கை போலே கரைந்திடவா..? - நேசா
யாக்கைக்குள்ளே மறைத்திடவா..?

வெட்டுபெற்கள் தன் விரதம் முறிக்காதா..?- என்
கோரைப்பல்லும் கூட கொள்கை மறக்காதா..?
கன்னியின் கண்களும் கற்பினை துறக்காதா..?
காதலை உமிழ்ந்து காற்றிலே பறக்காதா.?

அருகே வா வா ஆன்ம தோழா..!
அபலை நெஞ்சின் அன்பும் பாழா..?

நிழலென ஒன்றவா நெருப்பினை எரித்தே ..!
விழியால் நிரப்பவா வித்தகன் விழியை ..!
விரல்கொண்டு கோதவா காதலன் குழலை ..!
சத்தமிட சொல்லவா என் முத்தத் தசையை.?

22. அபலையின் அசைவுகள்..!

யாரோ இவள்..?

வண்ணம் பல மேவும்

எண்ணம் தினம் மாறும்

பச்சை வாலிப பார்வையில்

இச்சை தூண்டும் பாவைகள்

இயல்பில் திரிந்து கலந்த நகலோ?

இயற்பெயர் என்ன..? கடலோ..?

சந்திரன் விழியின்
காந்த பார்வையால்
சுந்தரி உடலிலோ
மந்திர அசைவுகள்..
தந்திர மனிதனோ
தனிப்பெயர் வைத்தான்-- "அலை".

23. தந்தையர் தின வாழ்த்து

பாதி சினேகனே..!
ஆதி பகவனே..!
மீதி பகைவனே..!
மகரந்தம் ஈந்தோனே..!
மலரானேன் நான்தானே..!
மதுவோ...! நிறமோ..!
மணமோ..! வனப்போ..!
எதுவும் எனதில்லை
எல்லாம் உன்னாலே..!
புதிதாய் வரவில்லை
புரிகிறது தன்னாலே..!

24. அக்னியில் சிறகு

ஐயனே பாரதி,,!
அக்னிக் குஞ்சொன்று கண்டாயோ நீ..??
ஐயகோ..! எங்ஙனம் விளம்புகேன் யான்
அக்னியில் சிக்குண்ட குஞ்சென்று அதனை..!

சிறகை 'நீட்'டியே பறந்து
சிகரம் நோக்கிய பருந்து..!
கருகி வீழ்ந்தது தரையிலே..!
கனவுகள் மிதந்தது நுரையிலே..!

கருகிய சிறகின் சாம்பல்
திருநீறு ஆகிட வேண்டாம்..!
உரமாய் மாறிட வேண்டும்..!
உயிரே.! மரமாய் உருபெற வேண்டும்..!

25. கடுங்கதிரோன் நீ...

பாய்ந்து எழும் அலைகளாய்,
பதற வரும் துன்பங்கள்,
ஓய்ந்துவிடும் அடுத்த கணம்..!
ஒன்றுக்கும் அஞ்ச வேண்டாம்..!

காய்ந்து கிடக்கும் கதிரவனாய்,
கடுமை குணம் உனக்கும் உண்டு..!
தேய்ந்து வரும் நீதிமுகம்
தெளிவுபடுத்த உன்னால் முடியும்!

26. மாறுதல் வரும்..!

இலை பறந்த பின்னே
கிளை வருந்துமோ..!
அளை இழந்த பின்னே
அலவன் அழிந்திடுமோ..!
துளை விழுந்த பின்னே
கழை அழுதிடுமோ..!
மாற்றந்தனிலே
மகிழ்வுறுமோ..!
மனமே மனமே மாழை மனமே..!
முதுவேனில் வருத்திடின் (வறுத்திடின்)
முனகல் வேண்டா..!
மகிழ்வுற காத்திரு
மழையவள் முத்தத்தில்..!
மாறுதல் வரும் தேறுதல் தர..!

27. இ.பி.கோ 309

மனிதமில்லா குற்றங்களுக்கு
மரணம் எங்கும் தண்டனையாம்..!
மனதின் ரணங்களால்
மாய்தல் இங்கே குற்றமாய்...
குற்றங்களுக்காய் தண்டனை
தேடினால் புலப்படும் கானலாய்..!
குற்றமே தண்டனையாய்
திசையாவும் தென்படும்,
வழியின்றி வலிதாங்கி
மரிக்கும் விவசாயிகளாய்..!

28. வினா

சகல நன்மையும் புரிவோன்
சர்வேசன் என்றுரைத்து
சஞ்சரிக்கும் சான்றோர்காள்...!
களை புரை ஊதாரிகள்
கோடி நூறுகளில் உருள..,
கலை செறி உழைப்பாளர்
தெருக்கோடி புரள்வதேனோ..?
சீமான் வாழ்க்கை
சாதி மல்லியோ..?
மஞ்சம் தங்கிட...
வறியோன் வாழ்வு
வாடா மல்லியா..?
மயானம் தாங்கிட...
இது நன்மையோ..?
நன்மையின் திரிந்த தன்மையோ..?

29. திரை நீ ..! திறந்திரு ..!

அரக்கன் ஒருவன்
அரக்காய் உருகிட
இரக்கமாய் இமைகள்
இலகுவாய் வினவியது..!
'திறக்கவா..? மறைக்கவா...?"
"மறந்திரு மறைத்திட...!"
மறுமொழி வந்தது..!
"கறையுயிர் கரையட்டும்..!
மறையுயிர் மிளிரட்டும்..!
திரை நீ ..! திறந்திரு ..
தாரை அவள்
தழல்விழி எரியட்டும்..!".

30. பேரின்ப தேடல்...

கனவே .., கவியே..,
கண் திறந்தால் வாராயோ..?
புனலோ..., அனலோ..,
புலம் பெயர்ந்து போவாயோ..?
மறைபொருள் காண
மனம் தானே நாவாயோ..?
பிணவாசம் கடந்து
பேரின்பம் தாராயோ..?

31. கலாமே..! காகிதமே..!

தேசம் விரும்பும் தேவனே..!
வாசம் துறந்த பூவனே...!
கலாமே...!
நீர் காலமாகவில்லை...
காகிதமானீர்...

மறையும் நும் மயிரும்..
மாண்புடனே தூரிகையாகும்...
உறையும் செங்குருதியும்
உகந்த நன் மையாகும்...

வரைந்திடுவோம் நல்ல ஓவியம்...
வானுயர படைப்போம் காவியம்...
என் கவியும் உயிர்ப்பெறும்...
என் கனாவும் உருபெறும்...

பிரியமானவரே,
பிரியாவிடை உமக்கு
பூவுலகினின்று..!

32. மழை இரவு

ஈரக் காற்று..!
இறவாக் காலம்..!
இரையா இரவு..!
இரையாய் கனவு..!
மழையயவள் முத்தத்தில்
மயங்கிவன் பகலவன்..!
மையல் நேர மாயம் இதுவோ..?

33. மணமக்கள் வாழி

அன்னப் பறவை அழகிய இரண்டு
அன்றில் பறவை ஆகிட கண்டோம்..!
பின்னல் ஏறிய பூவினம் போலே
வண்ணம் கொண்டு வாழ்ந்திடு என்றோம்..!
கன்னல் இனிமை அதனை -ஆனந்தக்
கண்ணீர்த் துளிகள் வென்றிட வேண்டும்..!
எண்ணம் போலே வாழ்வும் எழிலும்
என்றும் உம்மில் நின்றிட வேண்டும்..!

இணைந்த உயிர்கள்
இரட்டைக் கிளவியாகிடுக..!
புனைந்த கவியெனவே
புவிமேலே மேவிடுக..!
நனைந்த மலரன்ன
நானிலம் ஈர்த்திடுக..!
கனிந்த மனத்தினால்
கடவுளனை பார்த்திடுக..!

34. காத்துநிற்கும் கருவேலம்

கடத்தலுக்கு இலையின்றி
காய்ந்துபோன இதயமாய்
கருத்துப்போன தந்துகிகளுடன்..!
இறக்கவில்லை இன்றளவும்
இலைவரவில் இன்புற
காத்துநிற்கும் கருவேலம்..!

35. மழலை கால புரளிகள்

இருண்ட பிறகு ஆவி வரவு...!
இடித்த தலையின் இருபுறம் கொம்பு..!
குழந்தை ஈனும் முத்த உறவு..!
குட்டி போடும் மயிலின் இறகு..!
புதுமை நிகழின் பூமியின் அழிவு..!
பாம்பு விழுங்கும் பௌர்ணமி நிலவு..!
பேய்ந்து ஓய்ந்த வான்மழை போலே
மாய்ந்து காய்ந்த மடமையும் சுகமே..!
மழலை கால புரளிகள்
மனதில் மாய்ந்த மழைத்துளிகள்..!

36. மான்விழி மழலை ஆசிஃபா

(2018-01-10 ஆசிஃபா படுகொலை)

மான்விழி மழலையின்

ஊனுயிர் சிதைத்தவன்

ஆண்குறி அழுகட்டும்..!

காமுக கூட்டத்தின்

காவல கபோதிகள்

கருவிழி கருகட்டும் ..!

மதங்கள் உந்தன்

மனிதம் மறைத்தால் - அந்த

மயிரே தேவை இல்லை..!

மாண்டு போகட்டும்..!

37. ஓரெழுத்து ஒரு மொழி

காதலர் தின வாழ்த்து

பூவுலகின் கா மரங்கள்
வீ பொழிந்து வாழ்த்தட்டும்..!
"தூ பரவிய நே பருகி
காதலர் வாழி"என்றே..!

38. காலன் வேடனோ..!

ஞாலம் உலா வரவே
காலம் இங்கே ஓடமோ...
காலன்தானே வேடனோ...
சேலோ..?மானோ..?
செவ்வலகு கிள்ளை யானோ..?

39. குறுங்கவிதை

காமராசு–காந்தி

அந்தாதி உறவு
அக்டோபர் இரண்டால்..!

மரணம்...
கௌரவர்களின்
குருசேத்திரம்
காலனை எதிர்த்து..!

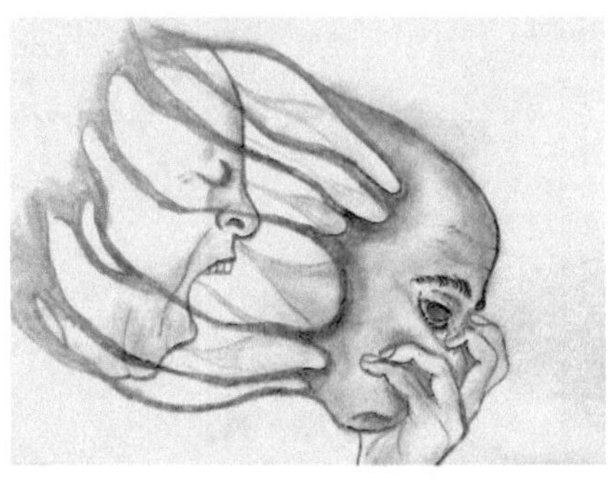

40. ஆகத்து 15

வாழ்த்துகள்-விடுதலைக்கு
வேண்டுதல்- விடாத தளைக்கு
'விடு தலை'யை என்று..!

41. பட்டுப் பூச்சிகள் நாங்கள் பட்டாம் பூச்சிகளானோம்

பட்டுப் பூச்சிகள் நாங்கள்
பட்டாம் பூச்சிகளானோம்...(பட்ட பூச்சிகளானோம்)

முதிர்பள்ளி மாணவராய்
முதலாமாண்டில் முகம் காட்ட
எதிர்பட்ட முகமெல்லாம்
யாரோ நினைவில்லை...

அறிமுகம் தேடி
முகவரி சொல்ல,

அகவரி தேடி
சில முகம் செல்ல,
தேடிய முகங்கள்
தோழமை கொள்ள
மூடிய உணர்வும்
மொட்டவிழ்ந்ததே...

பட்டுப் பூச்சிகள் நாங்கள்
பட்டாம் பூச்சிகளானோம்...

அரும்பு மீசைகளும்
குறும்பு குமரிகளும்
கரும்புச் சுவை நட்புக்காய்
விரும்பி திரியும்
எறும்பு கூட்டமாய்
இரண்டாம் ஆண்டில்...

பட்டுப் பூச்சிகள் நாங்கள்
பட்டாம் பூச்சிகளானோம்
முற்றம் வந்த முழுமதியாய்
மூன்றாம் ஆண்டு..
கற்று வர கலந்து சென்ற
சுற்றுலாவால்
ஹைட்ரஜன் பிணைப்பு
அயனிப் பிணைப்பானதே...

துரும்புகள் சேர்ந்து

இரும்பாகிட
உருவான கருவியோ
கருத்தரங்கானதே...
வெற்று வார்த்தை
வேந்தர்களின்
உதடுகள் தாமே
ஊமையானதே...

பட்டுப் பூச்சிகள் நாங்கள்
பட்டாம் பூச்சிகளானோம்...

கானம் இசைத்த
வானம்பாடி நாங்கள்...
வானம் பிளக்கும்
வருடம் வந்தது- 2014
சேர்த்து பிடித்த
கல்லூரி தருவின்
இலையுதிர்க்காலம்
உதறி தள்ளிய சருகுகள் நாங்கள்...
கதறி அழுத கார்முகினின்று
சிதறி விழுந்த கண்ணீர்த்துளிகள்...

பட்டுப் பூச்சிகள் நாங்கள்
பட்டாம் பூச்சிகளானோம்

எட்டா தொலைவும்
தொட்டு விடுவோம்

இறக்கைக் கொண்டே...

சருகானாலும்
சத்தாய் போவோம்
தருவின் மண்ணுக்கே...

சிதறிய மாரியானாலும்
முத்தாய் போவோம்
சரித்திர சிப்பிக்குள்...

42. தூரம் போ தீபமே..!

தூரம் போ தீபமே..!
தூது போ நீயுமே..!
தூகம் எறியே வேகம் போ..!
மேகம் காதிலே ஓதி போ..!
விழிநீர் சுனைகள்
விரிநீரென திரிகையில்
விண்ணீர் சுரந்து
விம்மல்கள் திரையிடவே..

43. கருப்பு வெள்ளை

வெண்மையும் கருமையும்..!
பெண்மையும் ஆண்மையும்..!
எழிலுறும் மற்றதன்
எதிரான துணையுடன்..!

நிறங்களுக்கும் நாணம் உண்டு..!
கருப்பு வெள்ளை வன்மை கண்டு..!

44. பசுவும் பரியும்..!

நட்பின் ஊடலில்
பசுவும் பரியும்..!
அன்பர்களை இணைக்கும் முயற்சியில்
அரை அய்யனார்..!

45. விழியின் விழைவு..!

விழியே... விழியே...
வேண்டுதல் ஏனோ..?
புவியின் செவியில்
புலம்பல்தானோ...?
வீசுதென்றலும்
வீங்கிள வேனிலும்
மாசிலா குழவியும்
மலைவீழ் அருவியும்
பேசிடும் பறவையும்
பார்சூழ் பரவையும்
நீசனின் பார்வையில்
நிலைத்திடதானோ...?

46. சிறுகவிதை

முகிலா.. முரடா...
முத்த சத்தம் வலுக்கிறது..!
மென்மை கொள்..!- #இடி

ஆதவனாய் அரசியல் காளான்கள்..
ஐப்பசியாய் தேர்தல் காலங்கள் ..!

47. வேண்டும்..! வேண்டும்..!

றுநகை வாழும் குறுவாய் வேண்டும்..!
நறுமுகை போலே நாவதும் வேண்டும்..!
படலை இல்லா பார்வையே வேண்டும்..!
கெழுதகை கொண்ட கேளிரும் வேண்டும்..!

சொல்லும் பொருளும்...

1. என்பு – எலும்பு
2. ஓடதம் – மருந்து
3. கிள்ளை – கிளி
4. மான – உவம உருபு /உவமை உருபு
5. அடவி – காடு
6. பொதும்பு – குறுங்காடு
7. புறவு – காடு
8. தரு – மரம்
9. பார் – பூமி
10. மாரி – மழை
11. கானகம் – காடு
12. வனம் – காடு
13. பரவை – கடல்
14. தேற்றம் – தெளிவு
15. கயல் – மீன்
16. முகில் – மேகம்
17. சாளரம் – பலகணி/ சன்னல்
18. சாமரம் – விசிறி
19. குழல் – கூந்தல்
20. பாவை – பெண்
21. கந்தவாகன் – காற்று
22. மஞ்ஞை – மயில்
23. அவனி – பூமி

24. அருகி - குறைந்து
25. புனல் - நீர்
26. ஞாலம் - உலகம்
27. குரவு - நறுமணம்
28. அன்ன - உவம உருபு /உவமை உருபு
29. அரவு - பாம்பு
30. அனிலம் - காற்று
31. அருவுரு - அருவுருவம், (அருவென்றும் உருவென்றுஞ் சொல்லலாகாதது)
32. சஞ்சரி - சுற்றித் திரி
33. அளை - புற்று
34. அலவன் - நண்டு
35. கழை - மூங்கில்
36. புரை - புரைய (உவம உருபு /உவமை உருபு)
37. நாவாய் - மரக்கலம்
38. அன்றில் - சங்க இலக்கியங்களில் காணப்படும் 'காதல்'பறவை
39. கன்னல் - கரும்பு
40. பின்னல் - சடை
41. நானிலம் - பூமி
42. தந்துகி - சிறிய இரத்த நாளம்
43. கா - சோலை
44. வீ - மலர்
45. தூ - தூய்மை
46. நே - அன்பு
47. சேல் - மீன்
48. தளை - விலங்கு/ கயிறு

49. தூகம் - குதிரை

50. விரிநீர் - அகன்று பரம்பிய நீர் (கடல்)

51. படலை - தட்டிக் கதவு

52. கெழுதகை - நெருங்கிய நட்பு

www.ingramcontent.com/pod-product-compliance
Lightning Source LLC
Chambersburg PA
CBHW020746160726
47993CB00006B/2638